Blue birds singing out to blue sky

Chim Xanh Tiếng Hót Xanh Trời

Lê Thanh Bình

English version: Lê Thanh Bình, Lê Phan Lộc/ Revised by Bob Chee

Ukiyoto Publishing

All global publishing rights are held by

Ukiyoto Publishing

Published in 2024

Content Copyright © Lê Thanh Bình

ISBN 9789362695789

All rights reserved.
No part of this publication may be reproduced, transmitted, or stored in a retrieval system, in any form by any means, electronic, mechanical, photocopying, recording or otherwise, without the prior permission of the publisher.

The moral rights of the author have been asserted.

This is a work of fiction. Names, characters, businesses, places, events, locales, and incidents are either the products of the author's imagination or used in a fictitious manner. Any resemblance to actual persons, living or dead, or actual events is purely coincidental.

This book is sold subject to the condition that it shall not by way of trade or otherwise, be lent, resold, hired out or otherwise circulated, without the publisher's prior consent, in any form of binding or cover other than that in which it is published.

www.ukiyoto.com

Contents

Tỉnh mộng	1
Ngẫm	2
Cuối tháng 3	3
Trên cánh đồng	4
Đàn ngựa	5
Ba cảnh giới	6
Tùy nghi	7
Hứng	8
Chiều	9
Ngựa và sáo	10
Tuyết rơi	11
Thong thả	12
Run…	13
Gia đình ngựa	14
Rầm rập	15
Ngựa hoang	16
Cô đơn	17
Tướng giỏi	18
Gặp nhau	19
Hỏi	20
Giữa Hạ	21
Giữa Thu	22
Đôi bạc má	23

Bướm và chim	24
Đại bàng	25
Vẹt	26
Chim ruồi	27
Hót đối đáp	28
Cánh cò	29
Cu gáy	30
Chim cánh cụt	31
Thú vui khác nhau	32
Sẻ và cún	33
Biển chiều	34
Về quê	35
Sinh sôi	36
Đông sớm	37
Thu	38
Dự cảm	39
Tháng 4	40
Thăm ký túc sinh viên xưa	41
Bình đẳng	42
Nông thôn Nga	43
TIẾNG HÓT MÙA XUÂN	44
MÙA HÈ CHIM XANH VẪN HÓT	45
THU VÀ TA	46
HAI THỰC TRẠNG	47

MÙA GẶT	48
Chim hót trong rừng	49
Chim kêu trên đỉnh núi	50
Chim gọi nhau trong vườn	51
Chim bay về Nam	52
Chim bay trên biển	53
Tình Yêu	54
Nhớ mẹ và cha	55
Kiếm sắc	56
Chính nhân	57
Mắt người yêu nhau	58
Hẹn	59
Chia ly	60
Hôn mùa xuân	61
Thức giấc	62
Cứ đợi	63
Con chó vàng	64
Chim chích	65
Tiếng chim rơi	66
TIẾNG SÁO KHUYA	67
Bốn mùa	69
Lẽ đời	71
Đoản ca về mẹ Việt Nam	73
Gặp lại sông quê	75

Bài ca tuổi 17	78
Đàn kiến	80
Bài hát của người chăn ngựa trên núi	82
Thu Hà Nội	84
Phiêu lãng	87
Xuân đôi ta ngày ấy	90
MÙA HÈ	92
Vợ	93
Con mèo của tôi	95
Tương lai	97
Góc vườn trường MGU Lômônôsôv	99
Nhớ mấy ngày Hè Toronto	100
Quảng trường Thời đại ở New York	101
Bờ sông Potomac	104
Tháng 10 ở Madrid	105
Đường phố đêm ở Madrid	106
Cảng Bergen	108
Con trai làm việc ở Sarpsborg	109
Ngày hội tụ hạnh phúc, tự hào của Na Uy	112
Đại học Oslo	115
Mưa xuân ở Bergen	116
Bốn mùa ở Oslo	117
Vườn tượng Vigenland ở Oslo	120
Mùa Đông ở thành phố Tromsø	122

Con sông ở Dramenn	123
Thăm thành phố Krestiansand	124
Dạo quanh thành phố Moss	125
Câu cá ở cửa biển Dramenn	126
Nữ sinh viên Đại học UiO	127
Thấy có gì thân thuộc ở Ireland	128
NỖI NHỚ KỴ SĨ PHƯƠNG XA	131
ÔM	133
CÚC CU	134
Làng quê Nhật yên ả	138
Osaka	139
Mây và sương	140
Thăm khu vườn ở Kyoto	141
Tokyo Skytree	142
Đêm Tokyo	143
Đám cưới kiều bào Tokyo	144
Chuông và núi	145
Cuối Thu	146
Nông thôn Nhật	147
Cố đô Nara	149
Thăm chùa Sensoji, Tokyo	151
Đền Nezu	152
Vườn quốc gia Kokyo	153
Núi Mitake	154

Núi Phú Sĩ	155
HAIKU MÙA XUÂN	156
About the Author	*158*

Tỉnh mộng

Ta khô ng ngủ nữa,
Giấc mộng đã tan vào vườn trăng,
Ra vườn: hoa mơ nở.

Dream Ended
Awake from sleep,
The moonlit garden into which dream melted,
Entering the garden: Plum-blossoms have blossomed.

Ngẫm

Vào bệnh viện: mê, tỉnh!
Ngẫm sinh tử thật gần nhau,
Chợt chuông chùa thủng thỉnh…

Reflection
In the hospital: unknowing, conscious!
Reflection on the closeness between life and death,
Pagoda bells toll sacred, suddenly...

Cuối tháng 3

Những bông tuyết tháng Ba,
Mỏng mảnh, phủ lác đác mặt đất,
Hoa dại trỗi, tỏa hương.

End of March
The snow flakes of March,
Wispy, on the ground they disperse,
Wild flowers with fragrance, on the ground they sprout.

Trên cánh đồng

Hai chú ngựa gặm cỏ,
Sương chiều xuống nhạt nhòa,
Cánh đồng hoa thắm đỏ.

On the field
Two horses munch on grass,
Blurry evening fog comes shrouding down,
The deep red flower-shrouded field.

Đàn ngựa

Đàn ngựa trên thảo nguyên,
Rầm rập phi, gió nổi…
Con đầu đàn hí vang.

Herd of horses
On the grassland a herd of horses,
Thunderous gallop, with wind gushes,
Loud neighing, the leader of the pack.

Ba cảnh giới

Chủ dắt lừa lầm lũi thồ nước,

Những con la ngơ ngác chở người,

Và đàn ngựa tung bờm nước đại.

The three realms

Donkey quietly transports water, leashed by owner.

Mules dazedly carry people, saddled by men,

And the horses with manes flourish dashingly , by their speedy galloping.

Tùy nghi

Mặt trời đủng đỉnh lên,

Ngựa hồng chạy nước kiệu,

Ngựa đốm nhìn đất trời…

Casuality

The sun comes up lazily,

Red horses gallop and charge,

Spotted horses look at the ground and the sky, surveying...

Hứng

Cỏ xanh mướt,
Lông ngựa mượt mà,
Nắng vàng, ngựa rượt nhau.

In the mood
Smooth green grass,
Unruffled horse's hair,
Chasing the golden sun rays, horses play.

Chiều

Núi nhấp nhô tím xa,
Bầy ngựa hoang no nê thả bước,
Thảo nguyên xanh mượt mà.

Dusk
Purple mountain rising in the distance,
Wild horses walking with full bellies,
Greenland with its lush greenery.

Ngựa và sáo

Đôi ngựa gặm cỏ non,
Ngựa con đứng giữa bú mẹ,
Sáo nhảy lưng ngựa cha.

The horse and the starling
A couple of horses feed on baby grass,
In between the foal sucks on the mare's nipple,
A starling lands on the stallion's back

Tuyết rơi

Trời lạnh tuyết trắng bay,
Ngựa đen phi nước đại,
Gió gầm rít đuổi theo.

Snowfall
In the cold, snowflakes fall,
Black horse dashes in a flash,
Howling wind quickly follows.

Thong thả

Hoa cỏ mọc đầy đồng,
Đàn ngựa trắng ung dung,
Người chăn thả rít thuốc.

Relaxation
Flowering grasses fill the meadow,
White horses on a trot,
The horseman puffs a smoke.

Run...

Cả bầy ngựa chen nhau,
Phi nhanh về hồ nước,
Trên bờ, cỏ run run...

Trembling...
The mob of horses hustle forward,
To the water lake they rush,
On the water edge, the grasses tremble...

Gia đình ngựa

Ngựa non đi lon ton,
Ngựa mẹ liếm âu yếm,
Ngựa bố hí, tung bờm…

A family of horse
The foal walks scutteringly,
The mare licks her baby fondly,
The stallion neighs, his mane majestic...

Rầm rập

Đoàn ngựa đi rầm rập,
Dẫm nát đám đất hoang,
Chim bay, cánh lập cập.

Rumbling
Thundering horses in a rush,
Wasteland underneath they crush,
Flying birds, flap their wings in a flutter.

Ngựa hoang

Ngựa hoang lội dưới sông,
Bóng mình cùng mây trôi lững thững…
Trên bờ hoa cải vàng.

Wild horse
A wild horse swimming in the river,
Its shadow under the floating clouds wandering...
The river bank is yellow with brassica flower.

Cô đơn

Trên gò hoang chon von,
Ngựa xám đứng trơ trọi,
Biết đi về phương nao?

Lonesome
On the lonely mount,
Alone stood a grey horse,
Which direction to descend?

Tướng giỏi

Ông thúc ngựa, giương cung,
Tên xé gió trúng tim tướng giặc,
Ông tuốt kiếm xung phong.

Capable general
Urging his horse, drawing his bow,
Sidewinder arrow piercing the enemy general's heart,
Unsheathing his sword he's charging forward.

Gặp nhau

Ngựa phi nhanh- lộp cộp…
Áo chàng kỵ mã nhộm ráng chiều,
Cuối đèo gặp sơn nữ.

Encounter
Clop-cloping horse galloped...
Dusk colored the rider's cloak,
Encountered a mountain girl at the end of the pass.

Hỏi

Ta cùng em đứng đó:

Nhà ngói cổ, chim hót xanh trời,

Ngàn sau ai qua ngõ?

Wonder

You and I both standing there:

House with ancient tiled roof, sky blue with tweeting birds,

Wonder who passes by this gate a thousand years from now?

Giữa Hạ

Nước suối chảy róc rách,
Đầu nguồn chín thẫm quar bồ quân,
Trên ngọn họa mi hót.

Midsummer
Spring water trickling,
Scramberry upstream, its deep purple fruits ripening,
Robins perched on its branches singing.

Giữa Thu

Hồ công viên nước xanh,
Lá vàng bay lãng đãng,
Đôi thiên nga ngừng bơi.

Mid Autumn
In the park is a lake, its water blue,
Its surface scattered with yellow leaves,
A pair of swans paused to look.

Đôi bạc má

Đôi chim bạc má,
Mớm mồi, má âu yếm chạm nhau,
Lá khô rơi trúng mỏ.

A Pair of Chickadees
Two chickadees,
Touching their cuddly cheeks, sharing edibles
Falling dried leaf touching their beaks.

Bướm và chim

Bướm cánh trắng, xanh, vàng
Nô đùa giữa vườn hoa hồng, đỏ,
Chim chích vội chuyền cành.

Birds and Butterflies
Butterflies wings in white, blue and yellow
Joy drifts over the garden of pink and red roses
The warbler quickly switches its perch.

Đại bàng

Đại bàng rỉa lông,
Trên đỉnh núi mây phủ,
Tít xa, thác rầm rì…

Eagle
Eagle busily preening
Clouds covering mountain tops,
Waterfalls rumbling in a distance…

Vẹt

Những con vẹt sặc sỡ,
Vừa trò chuyện vừa ăn,
Sắp có mưa mùa Hạ?

Macaws
Colorful macaws,
Feeding and talking,
Summer rains coming soon?

Chim ruồi

Chim ruồi hút mật ngọt,
Bông hoa trắng nhạt màu,
Ong tìm sang hoa đỏ.

Hummingbird
Honey-sucking hummingbird,
Color-fading white flowers,
Bees switching to red flowers .

Hót đối đáp

Bầy chào mào chào xuân,
Hót đối đáp nhiều giọng,
Cây đào già nở hoa.

Bird Songs
Red-whiskered birds welcome Spring,
Talking to each other in varied tones,
The old cherry tree blossoms.

Cánh cò

Những cánh cò chao nghiêng,
Qua ruộng lúa vàng về rừng trúc,
Chiều Hạ, trúc vi vu.

The wings of stork
Stork wings tilt shakily,
Over the yellow ricefields toward the bamboo forest,
On a summer afternoon, the bamboo trees whistle.

Cu gáy

Tiếng hót đầm ấm vang,
Cu gáy gù tha thiết,
Loang vào đêm tân hôn.

Singing Cuckoo

The cuck-oo resounds warmly,
Cuckoos cuck-coo earnestly,
Filling the wedding night.

Chim cánh cụt

Cánh cụt xuống biển xanh,
Đuổi theo bầy cá nhỏ,
Hải cẩu rình đớp chim.

Penguins
Into the blue ocean they jump,
Chasing schools of small fish,
The seals are waiting to ambush penguins.

Thú vui khác nhau

Vịt kêu, bơi thành hàng,
Hai con chúc đầu lặn,
Người trượt tuyết ven rừng.

Different joy rides
Quacking ducks, swim in rows,
Couple of them burrow heads down in the water,
Skiers, glide on snow by the wood side.

Sẻ và cún

Bầy sẻ ngô tròn béo,
Ríu rít trước sân nhà,
Cún chạy quanh đùa, sủa.

Sparrow and puppy
Plump corn sparrows,
Twittering in the front yard,
Puppy circling, yelping playfully..

Biển chiều

Hải âu dập dờn sóng,
Biển xanh bát ngát chiều,
Cá heo chơi nhào lộn.

Evening sea
Seagulls above the waves cascading,
Blue sea in the boundless evening,
Dolphins breaching playfully.

Về quê

Từ quy kêu khắc khoải,
Ta trằn trọc canh khuya,
Mai về quê thật sớm.

Homebound
Magpies calling each other anxiously,
I am tossing about late at night,
Next morning to return early to my village.

Sinh sôi

Làm tổ đôi chim xanh,
Trên mái nhà xuân sinh con cái,
Chắc tôi sắp đón dâu.

Spawning
A pair of bluebirds built their nest,
Come Spring a baby up on the roof,
I'm probably going to take a bride.

Đông sớm

Gà gáy sớm mùa Đông,
Bên cửa sổ sương mờ, chim hót,
Vợ rúc sâu lòng chồng.

Early winter
Roosters crow early this winter morning,
Outside the dew-blurry window, the birds singing,
Spreadeagled on husband's chest, the wife nesting.

Thu

Sông thu trong, núi biếc
Em mùa thu buồn- mắt xa xăm,
Anh: thu mưa ly biệt.

Autumn
Autumn river, clear water, blue-ridged mountains,
You, autumn melancholic, far-distance eyes,
I, autumn rains, far-well rains.

Dự cảm

Hương sắc em phát tiết,
Nước sông vỗ tràn bờ,
Đời, tình em- tha thiết.

Foreshadow
The secretion of your fragranced bea
The overflowing of crashing river water,
Life, your love - fervently.

Tháng 4

Tháng 4 đã hết tuyết
Moscow nở hoa Siren
Tàu trên sông nhả khói.

April
End of snow around April
Siren flowers blossom around Moscow
Vessels billow smoke around the rivers.

Thăm ký túc sinh viên xưa

Qua ký túc xá cũ,
Phố Svernika đêm Hè chưa ngủ,
Nhớ thuở học MGU[1]

Visit past student dormitory
Passing by the old dormitory,
Svernica downtown still awake this summer night,
Reminiscing the MGU days.

---

[1] MGU: State Moscow University named Lômônôsôv

Bình đẳng

Trên Quảng trường Đỏ,
Bồ câu thân thiện với du khách,
Tất cả đều khách quý.

Egalitarian
In the Red Square,
The pigeons are friendly with tourists,
All guests are guests of honor.

Nông thôn Nga

Làng quê Nga giữa Hạ,
Lúa mì vẫy gọi mây xuống thấp,
Thôn nữ cười khúc khích.

Rural Russia
Russian countryside in the middle of Summer,
Wheat fields beckoning the clouds,
Country girls titter.

TIẾNG HÓT MÙA XUÂN

Chim xanh hót khi xuân về chầm chậm,
Giọng hòa trời xanh cùng gió nhẹ, mây ngập ngừng,
Mắt xanh ai lấp lánh, sông xanh trăn trở…
Xuân đến, chim tung cánh, cá nhảy tung tăng.

The twitters of Spring

Blue birds twitter as Spring nears,
The intonation harmonizes with blue sky of gentle winds, hesitant clouds,
Someone's blue eyes twinkle, blue river wriggles…
Spring comes, birds flutter, fishes jiggle.

MÙA HÈ CHIM XANH VẪN HÓT

Chim xanh hót khi hoàng hôn mùa Hạ ở cuối đèo,

Tiếng thánh thót trong chiều buông tím núi,

Người gánh củi rảo bước, trăng di chuyển thêm nhanh,

Tiếng chim hót đuổi theo mùi thơm từ củi.

Bluebirds still singing in the Summer time

Bluebirds sang as the Summer evening came,

High-pitched tweetings as the evening fell purple all over the mountains,

The woodcutter walked fast, the moon moved faster,

The tweetings followed the aroma from wood.

THU VÀ TA

Mùa Thu này, chim gáy về trên cây xoài,
Nó hót mãi làm nắng thu bịn rịn,
Thu cựa mình, nghiêng về vùng thơ ca bát ngát,
Ta đắm chìm vào khóe thu ba thơm gió heo may.

Autumn and I

This Autumn, a bird came tweeting on the mango tree,
So much so that the Autumn sun lingered,
Autumn gestured, inclined toward the vast pasture of poetry,
I immersed in Autumn waters fragrant in the Autumn breeze.

HAI THỰC TRẠNG

Mùa Đông đến, êm đềm bên bếp lửa
Vợ chồng ôm nhau hát những khúc tình ca
Ngoài trời giá rét, có đôi chim nho nhỏ
Rúc vào nhau, nằm sâu trong mái nhà.

Two situations

Winter came, cozy around the kitchen fire,

Husband and wife cuddled singing love ballads,

Freezing outside, there were two small birds,

Pressed against each other, planted deep inside the ceiling.

MÙA GẶT

Mùa gặt lúa trên đồng có máy gặt đập,
Lúa chín vàng rực, đất trời, người chung lòng
Những đàn cò náo nức bay liệng,
Có ai hát điệu tình tứ dân ca vương giữa đám mây?

Harvest time

Harvesting machines decking the field during rice harvest time,

Ripe paddies with golden glow, heaven and earth, and men were in harmony,

Flocks of storks glided excitedly,

Did someone sing loving folk tunes that stayed with the clouds?

Chim hót trong rừng

Chim chuyền cành trong rừng trúc cứng
Thở không khí tự do quên cả chiều buông,
Trúc vi vu, ngàn cây cõng hoàng hôn lững thững…
Nhà ai lên đèn, chùa xa vọng tiếng chuông.

Tweeting birds in the forest

On the branches in the forest of hard bamboo birds are hopping,

Breathing the air of freedom, they are oblivious to the falling evening,

The bamboos whistle, thousand trees carry the ambling twilight…

Someone's house lights up, distant temple's bells resound…

Chim kêu trên đỉnh núi

Chim kêu trên đỉnh núi khát khao,
Tiếng hót vọng xa, bay đến trời cao.
Giữa không gian êm đềm, hùng vĩ,
Chim kêu da diết, rụng ánh sao!

Birds crying on top of the mountain
On the mountain top, the birds cry nostalgic,
In a distance they echo, into the sky they reach high.
Amidst the space serene, monumental,
Birds cry passionately, starlight falls!

Chim gọi nhau trong vườn

Chim hót chứa chan bao tình ý đẹp trong vườn,
Âm thanh ngân nga, ôi dàn hợp xướng du dương!
Chúng nô đùa, chia sẻ niềm vui hát ca phức điệu,
Chim gọi nhau, khắp khu vườn dậy sắc, hương.

Birds calling each other in the garden

Birds' tweeting full of beautiful sentiment throughout the garden,

Loud sounds, oh! The melodious choir!

They frolicked, sharing in the joy of multi-rhythmic singing,

Birds called each other, the garden perked up with color and fragrant blossoms.

Chim bay về Nam

Chim bay đường trường, gian truân tránh rét,

Cuối Thu trời lạnh dần, đàn chim vội về Nam,

Những đôi cánh mạnh mẽ xuyên nắng mưa, mây gió…

Cuộc di cư nào chẳng mạo hiểm, đổ mồ hôi?

Southbound birds

Flying long distance, birds endured the cold,

Near the end of Autumn the weather slowly turned chilly, the flock hurried South,

Strong wings flapping through sunny, rainy, cloudy, windy conditions...

What migration is without danger and sweat?

Chim bay trên biển

Chim bay trên biển, soi mình xuống đại dương lạnh,
Sóng xanh dạt dào, chim tự do bay tới hừng Đông…
Đôi cánh nhỏ, nhưng mắt tinh, chí lớn,
Giữa trời biển bao la, bay để thỏa nợ tang bồng.

Birds flying over the sea

Flying over the sea, birds cast shadows over the cold ocean,

Boundless blue waves, birds freely fly until dawn…

Wings small, but eyes sharp, great aspiration,

In the middle of vast ocean and sky, they fly on to fullfill their own aspirations.

Tình Yêu

Tình yêu như ngọn lửa lúc âm ỉ, khi bừng cháy,
Duyên phận, sức hút, thấu hiểu… lấp đầy trái tim đôi ta,
Hương yêu thắm thiết, ánh mắt rạng ngời, lấp láy
Ta thuộc về nhau trọn vẹn, mãi mãi, chan hòa.

Love

Love is like a fire that sometimes smolders, sometimes flickers,
Destiny, affinity, sympathy... fill our hearts,
So intense the lure of love, so radiant the sparkling eyes,
We belong wholly to each other, eternally in harmony.

Nhớ mẹ và cha

Mẹ Cha ta như hai cây hòe ngày một già,

Nhớ thuở cha là cột nhà vững chắc, mẹ cười ấm gian nhà,

Ôi ta chỉ mong hai cây hòe vỏ dù khô nhưng còn nhựa sống,

Để cho con đi muôn phương, quay về vẫn gặp bóng hòe râm.

Missing mom and dad

My mother and father are like the two Senna plants that grow older by the day,

I remember the times when my father was a strong pillar of the family, my mother's smiles warmed up the whole house,

Oh, I just hope for the two Senna plants, even though their bark becomes dry, still having viable sap,

So that I could travel places and still see the Sanna shades when I return.

Kiếm sắc

Thanh kiếm được lưu truyền giữa thế gian huyền bí,
Kiếm lấp lánh, mang chính khí như sức mạnh vô hình,
Sắc mềm như nước, lạnh tựa băng, điềm đạm như đá quý,
Kiếm sắc trong tay trượng phu diệt kẻ gian, giữ yên bình.

Sharp sword

The sword is passed down in the mythical world,
Sword sparkles, filled with righteousness like invisible power,
Smooth as water, cold as ice, calm as gem,
Sharp sword, in the hands of a virtuous man, removes criminals, keeps peace.

Chính nhân

Trong cuộc đời này, chính nhân vẫn hiếm,
Giữa trần gian, họ vững bền chẳng sợ bể dâu,
Theo đạo nghĩa, tín thành, trách nhiệm,
Không chính nhân, xã hội trôi về đâu?

Righteous men

In this life, righteous people are rare,

In this world, they are steadfast, unwavering in the face of decay,

Adhering to morality, loyalty, responsibility,

Without righteousness, where will society be drifting to?

Mắt người yêu nhau

Anh mơ màng: sương mờ, sân lặng ngủ,
Chợt quay đầu, gặp gió mát em qua,
Bông hoa dại ngả nghiêng rồi cười nụ,
Sóng mắt em sóng sánh sóng mắt anh.

Lover's eyes

I was dozing: blurry mist, sleeping yard,

Then my head turned, you came like a cooling breeze,

Wild flowers swaying then smiling,

Light beams in your eyes meeting the beams in my eyes.

Hẹn

Em có về quê anh miền cát trắng?
Buổi mây xanh thắm, nóng ngày đêm…
Nón em trăng trắng cùng muối trắng,
Dấu chân hai ta ríu rít vào nhau.

Rendezvous

Will you come to the sandy white countryside of mine ?
Of deep blue sky, balmy days and nights…
Your whitish hat, the white shade of sea-salt seemingly become one,
Our foot prints merged.

Chia ly

Mai ta đi mờ mịt bóng chim,
Cá thôi quẫy, ao soi mây trắng...
Ta gửi nỗi niềm bên hiên vắng,
Em giữ nắng buồn, bờ môi run.

Parting

Tomorrow we part in a flash like a bird's shadow,
Fishes stop wriggling, the pond reflects smoky clouds...
My sentiments I confide to the empty foyer,
The sorrowful sunlight you store inside with your quivering lips.

Hôn mùa xuân

Kiếp nhân sinh chẳng tày gang,
Sao bao người tầm thường, nhạt nhẽo?
Kìa nắng xuân đậu trên môi thắm!
Ta hôn nhé, hôn mùa xuân em.

Kissing the Spring time
Life is barely the length of a palm spread,
Why so many mundane people, lifeless?
Behold the sun beams of Spring shining on ruby lips!
Let us kiss, kissing you in Spring.

Thức giấc

Thức giấc, vén màn đêm,
Bóng trăng rọi hữu tình,
Ta uống chè thơm nóng,
Khoác ánh trăng ra hiên.

Woke up
Woke up, lifted the night veil,
Moonlight shone erotic shadows,
I drank fragrant hot tea,
Walked out to the yard under the cloak of moonlight.

Cứ đợi

Đợi em mòn mỏi, thức mấy mùa trăng,

Cát trắng đầy, biển khát gió cồn cào,

Ai hò mọng bờ môi, sương thấp thoáng,

Câu hò kia sắp cập bến nơi nao?

Just waiting

I waited for you, longing over many moons,

White sand surrounded plentifully, the sea yearned for the wind,

The country song sung from some luscious lips, fog dispersed,

Con chó vàng

Chó vàng quanh quẩn bên người ấy,
Mặc trời nắng gắt, gió lạnh than,
Chó ngước mắt, cọ đầu âu yếm chủ,
Đợi chủ cười, tai vẫy, sủa râm ran.

YELLOW DOG

Yellow dog hanging around that person,

However harsh the sun beamed, bitter the wind wailed,

Her eyes looking up, head brushing against owner affectionately,

Waiting for his smile, flapping ears, barking loud.

Chim chích

Sớm dậy kêu "chích chích" vui tai,
Xây tổ đẻ trứng, khéo nuôi con,
Chim nhỏ chuyền cành bắt sâu bọ,
Loài chim chăm chỉ, chí sắt son.

THE WARBLER

In the early morning with its melodic chatter,
Building a nest, lay eggs, raise chicks expertly,
Small birds jumping branches, catching worms flittingly,
Hardworking little birds, with minds intent.

Tiếng chim rơi

Tiếng hót chim xanh bay liệng bát ngát,
Rơi xuống đọng vào giữa hai bầu ngực căng thiếu nữ,
Em đỏ mặt, nóng ran, khát…
Lội xuống ngâm mình, đầm sen dịu mát,
Tiếng hót rời em vút lên ngọn cây cao,
Những vòm lá lao xao,
Lao xao…tình đời.

Bird's voice dropped from the sky

The loud song of the bluebird that glided,
Falling down, resting in between a young girl's ripe breasts,
She blushed, felt heated, got thirsty …
She slid into the refreshing cool lotus pond,
The singing left her to fly over the treetop,
The canopy of rustling leaves,
The rustling of... life intrigues.

TIẾNG SÁO KHUYA

Tiếng sáo khuya vít vầng trăng mộng mị,
Mời gió hoang nhảy múa khắp đất trời,
Tiếng sáo khuya thổi bùng hùng tâm tráng sĩ,
Đi đường quyền, luyện cước thêm tinh,
Tiếng sáo khuya nâng bước em gánh nước,
Gánh trăng sao trong thùng gỗ hương quê,
Tiếng sáo khuya khuyên mấy kẻ thất tình,
Hãy buông bỏ để tùy duyên hạnh ngộ,
Tiếng sáo khuya nỉ non suốt đêm trường,
Hãy khoan ngủ, nghe tiếng lòng trỗi dậy.

Late night flute music

Late night flute music surrounds the dreamy moon,

Inviting the tempest which danced all over heaven and earth,

Late night flute music ignited the courageous heart of heroes,

Who performed boxing stances, practised legwork to be further trained

Late night flute music made the water-carrying girls step lively,

Carrying the moon and the stars in the wooden buckets of salty country,

Late night flute music consoled the broken-hearted,

Let go of the past and look forward to the chanced encounters,

Late night flute music whispered the whole night through,

Let's stay up for a while, listening to the sound of a resurging heart.

Bốn mùa

Xuân đẹp như tranh vẽ,
Hoa nhiều màu tươi, cỏ xanh xanh,
Nảy nở tình đôi trẻ.
Nắng Hạ xuyên mây khói,
Bãi cát trắng, ốc biển rì rầm,
Em cười: răng khểnh nói…
Lá vàng rơi mấy chiếc,
Cây phong khẽ thở dài…
Con chim thôi không hót.
Ngoài cửa tuyết như hoa,
Trên bếp lò, em đang nướng bánh,
Mùi thơm thơm khắp nhà.

Four seasons
Spring is beautiful like a painting,
With colorful flowers, green grass,
Budding love of young couple.
Summer sun penetrates through clouds,
White sandy beaches, seashells rustling,

You smile with crooked teeth...
Several yellow leaves falling,
Maple trees gently sighing,
The bird stops singing.
Snow outside like flowers,
You are baking cakes on the stove,
Their sweet fragrance fills the house.

Lẽ đời

Đời người sống với hồn thơ,
Mãi yêu hiệp sĩ, tự do, nghĩa tình,
Công minh, giản dị, thanh bình,
Trăm năm tìm kiếm bóng hình chính nhân,
Vợ hiền, sách bút, bạn thân,
Lòng ai những muốn, những cần, những say…
Mặc trời gió cuốn mây bay,
Tấm lòng son chẳng đổi thay- sáng ngời,
Bạn hiền ơi, bạn hiền ơi!
Theo chân, thiện, mỹ, mãi nuôi chí mình.

Life's reasons
Life inside a poetic soul
Longing for heroism, freedom, devotion,
Impartiality, simplicity, tranquility,
Searching for righteousness in the century,
A fair wife, a good book, a close friend,
In one's heart, the desire, the passion, intoxication…

Blue birds singing out to blue sky

In times of fleeting winds, drifting clouds,
The red-blooded heart is still beating steady,
Dear friends, dearest friends,
Follow truth, decency, beauty. Nourish your endeavor.

Đoản ca về mẹ Việt Nam

Những bà mẹ Việt Nam,
Yêu thương chồng, dạy con điều thiện,
Vì quê hương, đất nước, gia đình…
Gánh mọi gian khổ trải qua đường vạn dặm,
Đêm tối lui, mặt trời rạng khắp Tổ quốc,
Rừng Trường Sơn che mát cho Người,
Biển Đông hát rằng Mẹ là bất tử,
Chúng con mãi tri ân Người, hỡi Mẹ kính yêu!

Ode to Vietnamese mothers,
Vietnamese mothers
Loving their husbands, teaching their children the right things
For the country, the nation, the family…
Shoulder every hardship throughout the ten-thousand-league road,

Dark nights recede, sun shines all over the Country.
Truong Son jungle offers you its cool shelters,

Eastern sea sings praises on your immortality,
Your children are forever grateful, beloved mother!

Gặp lại sông quê

Đường xưa đi học trải nắng vàng,
Sông xưa già, nước dập dờn, thổn thức
Riêng gió lòng ta thổi hoài không dứt,
Đưa hồn xanh về thuở thơ ngây,

Chẳng thấy ai ôm sách, tóc đuôi gà,
Trời xanh hun hút, tít xa bay những cánh chim
Mắt thu vàng, mắt rưng rưng cô gái,
Tận đáy lòng, chất chứa bóng người xa

Hôm nay sông cuồn cuộn chảy về Đông,
Những con sóng đuổi nhau mải miết,
In hình ai bối rối một thời mắt biếc,
Để giờ đây tiếc nuối một miền yêu.

Bao niềm riêng thả vào nơi sông chảy,
Tay giơ cao để níu kéo thời gian!
Dòng sông xưa chợt ùa lên sóng nước,

Dội vào lòng những đợt nhớ xoáy thương.

Return to the hometown river,
The old road to school paved with golden sunshine,
The ancient river, flapping, throbbing waves,
Only the wind inside of me never ceased blowing,
Bringing the youthful soul back to the age of innocence,

No one toting books, tying hair in ponytail, to be seen,
The deep blue sky, the wings of birds yonder,
The eyes of Autumn were wilting, then whose eyes were welling with tears?
At the bottom of the heart is a shadow of distant man!

Nowadays the river flows eastward in torrents,
Waves chase each other perpetually
Imprint the image of someone tormented with times past,
That leaves much regret in the course of a love affair.

Many feelings were expressed where the river flows,
Arms reaching high to bring back time!
The old river suddenly gushes on top of the waves,

Resounding in the heart waves of twisting reminiscence.

Bài ca tuổi 17

Núi xanh cao cao,

Trăng non nho nhỏ,

Em tròn mười bảy,

Nhà bên sườn núi,

Tóc xõa chờ ai?

Ơi chàng thổi sáo,

Hãy về bên em!

Có đôi chim hạc,

Đang múa dưới trăng,..

Tất ca hòa ca:

Núi xanh cao cao,

Trăng non nho nhỏ…

A song for the age of seventeen

Tallish blue mountains,

Smallish young moon,

You just turned seventeen,

Living by the mountainside,

Wearing hair down waiting for whom?

C'mon, you playing the flute,
Sit by my side!
There's a couple of cranes,
Under the moonlight they dance...
Everyone chants:
"Tallish blue mountains,
Smallish young moon...".

Đàn kiến

Mới mùa xuân dài rộng,
Trăm hoa đua nhau nở,
Kiến khởi hành tìm mồi,
Vì Đông tới cuối năm,
Phải đầy đủ kho tàng.
Trên đường kiến kết hợp,
Quan sát các góc nhìn,
Cuộc đời thật muôn màu!
Hễ gặp vật cản đường,
Bình tĩnh, tìm lối khác,
Kiên trì, lạc quan sống.
Đích đến là tổ mình,
Đầy thức ăn có thể.
Đàn kiến thương yêu nhau,
Mọi việc đều hết lòng:
Lao động, yêu, sinh con,
Công việc, chơi, quan hệ…
Quyện hòa cùng tự nhiên.

Colonies of ants

A long Spring opens wide, fresh,
Hundreds of flowers in a booming contest,
Hundreds of ants in a hunting quest,
By year-end as Winter approaches,
Food must be stored aplenty.
Along the roads, the ants connect,
Among the many crevices, they inspect,
Life is full of color!
On the way, where path is blocked,
With another course they calmly take,
With resilience, optimism, they live.

The goal here is for the nest,
Possibly full of supplies from the best,
They are of one mutual affiliation,
Every task is done with one dedication,
Laboring, fusing, reproducing,
Working, resting, talking...
All blends in with nature.

Bài hát của người chăn ngựa trên núi

Có chàng chăn ngựa nhớ người yêu!

Nhớ bồn chồn, nhớ cồn cào,

Nao lòng khi đèn cháy thêm, đêm xuống thật nhiều...

Trèo lên cây cao, mắt chàng đau đáu dõi về quê,

Trượt chân ngã nhào, rách quần nâu cũ,

Lên ngựa, phi nhanh, chàng hát vang:

Nàng ơi, chớ cười, người quần rách đang về!

Người quần rách, mắt vẫn sáng, da sạm nắng và nhuộm mưa lũ...

Mang trái tim nhớ thương, đang phóng ngựa về đây!

Đang phóng ngựa về đây,

Ta về đây,

Về đây.

The song of a horse handler up the mountain

There was once a lovesick horse handler!

With a jittery longing, a restless longing,

Disheartened as the light burned on, the night descended more...

Climbing a tree, he strained his eyes in the direction of his village,

Slipping and falling, his brown trousers in shreds,

Mounting horse and riding fast, he sang out loud:

My love, don't cry, the man with the torn trousers is coming for you!

Torn trousers but eyes still bright, complexion dark from the sun, drenched with monsoons...

Carrying a longing heart, dashing his way back!

I am back,

Back.

Thu Hà Nội

Thu về Hà Nội, thấp thoáng thực mơ, sáo vi vu…

Phố phường ngập nắng, cô hàng hoa chở cúc họa mi…

Đường Phan Đình Phùng lá cây xào xạc, hơi thu ngào ngạt,

Hương hoa sữa bay thơm nồng trên phố Nguyễn Du.

Dạo quanh Hồ Gươm, phố cổ, thu Hà Nội trôi chầm chậm

Nhấp cốc cà phê trứng, ngắm dòng đời đi lại ngược xuôi,

Những quả thị vàng thu, cốm xanh, lá sen xanh thẫm,

Nữ chủ quán tóc xanh, chỉ khách thơ tóc sương khói, bồi hồi…

Mùa Thu ơi, mùa của biết bao hình bóng:

Những cái ôm, nụ hôn, mắt trong mắt và ai đứng bên thềm…

Khúc ca chiều muộn trải âm thanh trên Hồ Tây gợn sóng,

Mùa thu Hà Nội, tràn đầy những giai điệu dịu êm.

Thu xao xuyến, đánh thức nhạc, thơ trong nghệ sĩ,
Gió heo may quấn quýt bên bạn quý, trà thơm…
Dòng sông Hồng trôi cùng mây xanh chuyếnh choáng,
Hà Nội mùa vàng gọi người viễn xứ về thăm.

Autumn in HaNoi

Autumn has arrived in Ha Noi, fantasy entwined with reality, flute whistling …

Streets full of sunshine, flower girls carrying daisies...

On Phan Đình Phùng Street the leaves rustled, Autumn giving off its fragrance,

On Nguyễn Du Street the scent of milkwood pine flowers filled the air.

Promenading around Sword Lake, Old Quarter, Autumn passed leisurely

Sipping on a egg-yolked coffee, watching streams of lives, up, down, all around,

The gold-apples were yellow with Autumn, the green rice-cake, the deep-green lotus leaves,

The inn mistress with youthful hair, hosting a guest with foggy grey hair, nostalgia...

Autumn, the season of many images:

The huggings, the kissings, eyes to eyes and someone standing by the steps...

The ballad of deep evening resounding across the waves of West Lake,

Hanoi Autumn, full of tenderly soft sonatas.

Autumn's excitement waking up to music, poetry within the artists,

Autumn's bitter winds rolling around precious friends, fragrant tea...

The Red River streaming along with drunken clouds up above,

Hanoi golden season was beckoning the wayfarer to return home.

Phiêu lãng

Bốn phương phiêu lãng,
Nhà đâu để về?
Sông dài, biển lớn,
Núi cao mây lượn,
Nhà ta đâu tá?
Trời đất là nhà,
Bốn phương quen- lạ
Thi hứng la đà,
Say sưa cỏ hoa,
Nào uống rượu mơ,
Ta hòa thiên nhiên…

Thế sự đạo này
Khanh tướng, dân dã,
Trên cõi ta bà,
Đều thành cát bụi,
Chỉ có chính nhân,
Những người á thần,

Sáng tạo văn vật,

Truyền cho hậu thế,

Tác phẩm sử, sách,

Kể chuyện đời người,

Ấm áp nắng xuân,

Chiếu khắp thôn xóm,

Chiếu khắp gần xa./.

Wandering

Wandering in all directions,

Where's home to go back to?

Long river, large ocean,

Tall mountains, gliding clouds,

Where's home to take refuge?

Home is earth, sky,

In every direction it's known - unknown ,

Lingering poetic inspiration,

Intoxicated by the vegetation,

Let's drink plum wine,

We and nature become one...

The current affairs...

The officials, generals, common people,
In this realm,
All will turn to dust,
Only the righteous,
The demi-God
Who initiated civility,
Passing down to posterity,
Great novels in history, literary,
Telling tales of human activities,
Warm sun beams of Spring,
Shining over the village,
Shining over near and far.

Xuân đôi ta ngày ấy

Ngày ấy, xuân về khắp muôn nơi,
Những cánh hoa đua nhau khoe sắc,
Tình yêu đôi lứa thôi thúc từng thớ thịt đường gân,
Trai gái khát khao, nô nức, hân hoan khi chim hót, trời xanh….
Chiều nay dạo bước trên đường xưa mưa xuân rắc,
Kỷ niệm theo mưa thấm mãi, thầm nhắc…
Nhớ ngày thanh xuân ấy, em nồng nàn bên anh,
Em tràn ngập yêu thương và mùi hương thanh thanh
Ôi mùa xuân bất tận, giữa trời cao én liệng,
Những ngày xuân tươi thắm, xin tạc vào đôi ta,
Bao ngày xuân yêu dấu, em nhuộm màu đôi môi,
Những ngày xuân chung lối, hãy quyện vào mai sau…

Spring times of our lives

Those days, Spring arrived in all places,
The flower petals raced to show off their grace,
The intimate desires urged on in each muscle fibre, ligament,

Boys and girls were yearning, eagerly, joyfully with the singing birds, the blue sky...

Promenading on the old roads wet with Spring sprinkles this evening,

Memories soaked in with the rain, reminiscing...

Flashback of our youthful days, you by my side cuddling,

You were full of love and gentle scents

Ah! The eternal Spring, into the sky the sparows soared,

The vigorous Spring, into us two it carved,

The days of glamourous Spring, into your lips they tinged,

The days of uniting Spring, into the future they blended...

MÙA HÈ

Anh đặt con ve chứa cả mùa Hè

Vào bàn tay em trắng muốt,

Em quên nóng nực, chạm vào ve kêu thảng thốt,

Ve ơi hãy hát lên đi!

Thay tiếng lòng anh,

Thay tiếng thét từ trái tim chân thành,

Kìa, mùa hè giật mình nghiêng một khoảng trời để mắt em chứa hết hình anh.

SUMMER

I placed a cicada containing the whole summer

Into your white hands,

You forgot the heat and touched the cicada it made a startled sound,

Cicada, please sing!

On behalf of my inner voice,

That is screaming from a sincere heart,

Wow, Summer was startled and tilted the sky to let her eyes take in all of me.

Vợ

Vợ hiền theo suốt đời tôi,
Người tình vô giá, đẹp đôi tháng ngày,
Yêu thương bát nước đong đầy,
Trái tim nhân hậu, sum vầy- đèn chong,
Mùa Đông, em- lửa ấm phòng,
Hạ về em lại thong dong gió lành,
Vợ hiền thơm ngát hoa chanh,
Quê hương muôn thuở- tiếng đàn thẳm sâu,
Em cười- ánh sáng ngọc châu,
Bên em ta bước- bạc đầu vẫn thương.

Wife

My beloved wife follows me my whole life,
Priceless lover, happy couple day in, day out,
Filled with affection like a cup filled to the brim,
Kind heart, together at night,
In the Winter, you warm me up like fire in the fireplace,
Summer comes, you become the relaxing good wind,
A good wife is like the scent of lemon flower,

The ageless home country - the bottomless sounding of a guitar

Your smiles are like the sparkles of jade,

By your side I saunter - hair turns silver but love burns forever.

Con mèo của tôi

Con mèo nhỏ hồn nhiên chạy nhảy,
Lông xù lên, đuôi ngoe ngẩy ngoài hiên,
Đôi mắt sáng ánh xanh dưới nắng,
Khiến tim tôi theo nhịp đời vui.
Nó đùa với hòn bi như là em bé ,
Vô tư, lơ đãng, không gì lo lắng,
Quan sát kỹ: nó rất thông minh,
Luôn tìm cách giải trí cho mình.
Tôi yêu con mèo nhỏ của tôi,
Tôi gọi nó, nháy mắt thân mật…
Khi đêm tàn, mèo lại gần, râu vểnh,
Liếm chân tôi rồi ngủ một giấc say.

My cat
Little cat innocently jumped about,
Raised hackles, wagging tail in the porch,
Eyes shining blue in the sun light,
Made my heart beat to the rhythm of happy life.

It played with a marble like a little kid,
Without worries, absentminded, carefree,
Observe closely: it's highly intelligent,
Always focused on its own entertainment.

I love my little cat,
I beckoned, blinked my eye amiably at it...
Late at night, cat came closer, raised its whiskers,
Licked my toes then slept a deep slumber.

Tương lai

Xin trời đất để hoa hồng nở khắp nước Việt,

Những làng chài trù phú, cá đầy thuyền, buồm no gió đại dương,

Nông thôn mới nhiều cổ trấn đón du khách, xuất nông sản xanh sang bạn bè thân thiết,

Đô thị lớn đầy cây xanh, đường phố sạch, giao thông hiện đại,

Người tinh anh làm rường cột cho đất nước hùng cường,

Dân trong nước, kiều bào chung sức, chung lòng vì Tổ quốc, vì bao thế hệ,

Thương hiệu quê hương lấp lánh trên truyền thông quốc tế,

Nào hãy trồng hoa thơm nơi công viên, vườn, ban công… và cả trong tim!

Để dành tặng đồng bào cùng các dân tộc năm châu.

The hereafter

May Heaven and Earth let bloom all over the country of Việt full of roses,

The fishing villages full of wealth, the boats full of ocean catches, the sails full of ocean winds.

New country sides with attractions drawing tourists, exports green agricultural goods to friendly countries,

Big cities full of green trees, clean streets, modern transportation,

The bright workers are the pillars of an elite nation,

The native inhabitants, the cooperative immigrants, unified for the nation, for the generations to come,

The country 's commercial trademark gleaning on international media,

Now then, let's plant fragrant flowers in the parks, in the balconies... and even in the heart!

As a gift to fellow citizens and the people of the world.

Góc vườn trường MGU Lômônôsôv

Vườn táo trường Lômônôsôv đã chín thơm,

Nữ sinh viên học bài trên thảm cỏ khô ráo,

Mắt em xanh, má đỏ thơm mùi táo,

Trong bụi Phúc bồn tử, cáo nhỏ bứt quả xanh,

Mấy chàng trai đi ngang,

Chầm chậm bước,

Nhìn quanh…cười tủm.

A corner of the Lomonosov MGU garden

In the garden of Lomonosov MGU, the apples were ripe with sweet aroma,

On the dried grass pasture a co-ed was studying,

Her eyes blue, rosy cheeks smelled of apple,

In the raspberry bushes, small foxes plucked the primocanes,

Several guys were passing by,

Relaxing their pace,

Looking about... Smiling nimbly.

Nhớ mấy ngày Hè Toronto

Nắng cuối Hè Toronto dùng dằng như lụa óng ả, mượt mà,

Mây trời xanh, những con sóc chạy giữa luống hoa,

Tia nắng vàng nhảy trên vai, trên tóc em cuộn sóng…,

Kỷ niệm ơi! Hãy ở cùng ta, đừng đi tới mùa Thu!

Remembering Summer days in Toronto

Summer's ending in Toronto, sunlighs hesitating like shiny smooth silk,

Clouds in the blue sky, squirrels running between rows of flowers,

Golden sunbeams jumped on the shoulder, on your flowing hair…,

Memories! Stay with me, don't let Autumn come!

Quảng trường Thời đại ở New York

Trong lòng đại đô thị của đất nước cờ sao
Quảng trường Thời Đại như đang tươi cười,
Những người đi bộ qua lại, háo hức,
Ấn tượng về Hoa Kỳ làm du khách mê say.

Những tòa nhà cao chọc trời,
Mỗi ngôi nhà một vẻ, dáng kiêu sa,
Bầu trời xanh thắm, mây vui đùa với gió,
Trong tàu điện ngầm, người đông nghịt- khác màu da,

Dưới đường phố sôi động nhịp đời,
Ai rao hàng, vẳng tiếng cười, cả tiếng reo vang,
Tràn ngập sức sống, phố Wall đêm về tấp nập,
Có khoảnh khắc khiến tim ai lạnh lẽo chợt ấm lên.

Quảng trường Thời Đại nổi tiếng cùng New York,

Nơi đây Tờ New York Times đưa tin tức khắp toàn cầu,

Tin tức mới còn các con phố mãi đẹp lạ lùng, độc đáo,

New York là bức chân dung đặc sắc của Hoa Kỳ.

New York Times Square

The heart of a megacity in the land of Stars and Stripes,

New York Times Square appears to smile,

Crisscrossing pedestrians, wait,

A US impression makes them passionate.

The skyscrapers,

Unique dwellings, classy looking,

Deep blue sky, clouds and winds joyfully intertwining,

Inside the subway trains, crowded - multiracial,

The streets below are steaming with a living rhythm,

People loudly advertise, laughs resound, even clamorings,

Vivacious, Wall Street at night is busy with crowds,

These moments could warm up a cold heart,

New York Times Square is well-known along with New York,

It's here that the New York Times newspaper delivers news to the globe,

Always the latest news and the streets are always beautiful, strange, unique,

New York is the icon of the USA

Bờ sông Potomac

Tôi bước bình yên ven bờ Potomac

Mang hồn Việt, phóng tầm nhìn trong nắng Tây phương

Sông xuôi dòng soi trời xanh nước Mỹ

Tản bộ dọc sông, máu cuộn chảy về quê hương.

Potomac river bank

Peacefully I walked the Potomac bank,

Carrying the Vietnamese soul, shooting a glance at the Western sun,

The flowing river reflects the high American sky,

Promenading along, the blood curled back to the homeland.

Tháng 10 ở Madrid

Madrid dát nắng vàng trên hè phố,
Đêm, trăng ngủ trên cây, lá nhẹ…rơi,
Chợt nhịp Flamenco khua dồn dập,
Phố nhỏ tỉnh giấc, du khách chơi …

October in Madrid

Madrid's pavements are gilded with sun light.

At night, the moon sleeps on trees, the leaves gently... fall,

All of a sudden flamenco music starts to ramble,

The little town wakes up, the tourists come up...

Đường phố đêm ở Madrid

Đường phố đêm ở Madrid rực rỡ,
Đèn neon lung linh tình người, nỗi nhớ…
Những bàn tay đang đan chặt yêu thương,
Còn tôi đơn độc, đi trong đêm…bỡ ngỡ.
Tiếng guitar lả lơi từ góc phố nhỏ,
Cùng giọng ca quyến rũ men say,
Rượu và giọt lệ ai buộc chặt cảm xúc?
Khiến lòng tôi bất chợt u hoài.
Như những kẻ lang thang bất đắc dĩ,
Trên con đường đất trời, sương khói mơ hồ,
Trong sâu thẳm, tôi nghe tình ca le lói,
Và quên cả đắng cay, cả vui sướng đã qua.

Madrid streets at night
Madrid streets glared at night
Neon lights flickered with love, longing...
Affection which many hands were weaving,
Alone I walked in the night... bewildered.

From a small street corner a guitar played intensely,
Accompanied by drunken alluring singing,
Drink and tears, who blended the feeling?
That drove my heart to a sudden reminiscing.

Like the wanderers who wandered unwilling,
On the global paths of misty, foggy surrounding,
Deep inside, I heard a love song fluttering,
And forgot all the bitterness, happiness in passing.

Cảng Bergen

Bảy ngọn núi bao quanh, Bergen thơ mộng, cổ xưa,
Từ đỉnh Floibanen, hãy nhìn thành phố đẹp trong mưa...
Hương vị mặn mà, gió biển làm tóc em bối rối,
Những ngôi nhà gỗ cổ xưa in hình khu cảng Bryygge.

Port of Bergen

Surrounded by seven mountains, poetic, anachronistic Bergen,

Let's look at the beautiful city in the rain from the summit of mount Floibanen...

With a salty taste, the wind messed up your hair, dear,

The ancient wood houses shaped up the port Bryygge area.

Con trai làm việc ở Sarpsborg

Con trai tôi làm việc tại Sarpsborg, Na Uy,
Cuối xuân lạnh nhưng lời mời Sarpsborg nồng ấm,
Con dấn thân vào nghiệp trồng người rất sâu đậm,
Khiến trái tim Ba rộn rã những giấc mơ…

Sarpsborg- thành phố xinh xinh, cảnh sắc mê ly,
Nơi con bắt đầu chặng đường kiến công mới mẻ,
Con gặp bạn bè, những cô gái, các chàng trai trẻ,
Con tự nguyện cùng họ dệt bao thứ diệu kỳ.

Con trai tôi đam mê, say sưa, công việc chuyên tâm,
Cánh cửa đời vang tiếng chim ca, mây, nắng, mưa, dông…
Con tích lũy, xẻ chia tri thức, niềm vui, trải nghiệm,
Hãy đón nhận tương lai, hát lên những điệp khúc hồng!

Dù ở nơi xa quê hương, vắng giọng hò xứ sở,

Con hãy giữ trọn ngọn lửa ấm, niềm tin,
Ba mẹ yêu con, lòng nhớ con bao la, dài rộng,
Luôn theo con mọi thời khắc cần thiết, con yêu!

Working son in Sarpsborg

In Sarpsborg, Norway, my son has a job,

It's cold around the end of Spring but Sarpsborg is warm and inviting,

Son, you venture deeply into a career in human cultivation,

Which makes my heart throb with ambition...

Sarpsborg - adorable, scenic fascination,

Where you begin your path to a novel construction,

Where you meet friends, youthful persons,

With whom you weave fantastic things of your own volition.

My son is passionate, devoted in his profession,

Windows to the world are full of clouds , sunlight, rain, storm, bird's tweety reverberation,

You compile, share knowledge, experience, jubilation,

Be ready for the future, singing the choruses of elation!

Although you are far away from your country, from the cultural voices of the nation,

Just retain the warm flaming fire, the conviction,

Your parents love you, in our hearts vast, broad rumination,

Of you, with you, in all essential moments, my dear son!

Ngày hội tụ hạnh phúc, tự hào của Na Uy

Ngày 17/5, quốc ca Na Uy vang khắp đất nước,

Oslo- trái tim quốc gia như cháy bừng ngọn lửa reo vui,

Quốc kỳ tung bay, từng đoàn trẻ em diễu hành trong nắng sớm,

Hội tụ người dân, cùng tôn vinh Tổ quốc thiết tha.

Trên khắp phố phường, niềm tự hào hiển hiện,

Không gian rực rỡ, âm nhạc như một bản tình ca,

Những con hải âu sà xuống chung vui với thiên nhiên, người, biển…

Thần Thor dõi theo sức mạnh xứ sở, vun đắp cho tương lai,

Lễ quốc khánh hôm nay tôn vinh tình yêu quê hương,

Cửa sông Oldeelva soi bóng làng quê buổi bình minh nước sông như dát bạc,

Mọi công dân Na Uy, cả người mặc Bonas hay dân tộc khác,

Hôm nay nắm tay nhau, hát bài ca hạnh phúc, nhân văn.

Day of condensed happiness, pride of the Norwegian

On the seventeenth of May, the national anthem of Norway resounded all over the country,

Oslo - the national nucleus - resembled the burning fire of festivity,

Flags flying, group after group of youngsters parading in the morning sunbeams early,

Together the people banded, glorified their nation passionately,

In all venues, the pride appeared strong,

Dazzling atmosphere, the music played a love song,

Seagulls swooping down to share their joy with man, ocean, nature...

Thor the Norse God observing the country's strength, building for the future,

This year's National day praised the love of the country,

Oldeelva river estuary reflected the rural villages, water at dawn seemingly gilded with silver,

All Norwegian nationals, including the Bonas- wearing and other minorities,

Presently hands in hands, singing the song of joviality, humanity.

Đại học Oslo

Bồ câu giang cánh trẻ trung trên lâu đài tri thức,

Nơi đây ta đến để khám phá cõi học bao la,

Đại học Oslo – chắp cánh, mở con đường nghiên cứu…

Hội tụ những ước mơ, tiếp nối khát khao.

University of Oslo

The doves are spreading their youthful wings over the castle of intellectuality,

It's where we came to discover boundless pedagogy,

University of Oslo - with wings flapping, opens the venues for researching...

Converging the dreams, the continuous yearning.

Mưa xuân ở Bergen

Mưa xuân ở Bergen, tình cảm nàng thơ bừng lên,
Giọt nước rơi rơi, chiếc dù xanh che bớt tình em,
Trên con phố vắng, hai người tay trong tay nắm chặt,
Tình yêu ấm áp, họ bắt đầu một chuyến du ca.

Spring showers in Bergen

Spring showers in Bergen, lady Poetry's sentiments arisen,

Water droplets dribbled, the blue umbrella partially shielded the love of you,

On empty street, a couple, hand in hand, held tight,

Bốn mùa ở Oslo

Mùa xuân ơi, những cánh hoa nở rộ,
Trên hè phố, bãi cỏ, vườn cây nơi nơi,
Nắng vàng nhẹ phủ công viên, nhà cửa…
Lung linh vàng…, chim hót, xuân tươi.

Mùa hè ơi, những ngày mặt trời chiếu sáng,
Mặt hồ óng ánh một màu xanh mát rượi
Đường phố đông đúc, âm thanh hát tình đời…
Bao con người hòa mình trong ánh nắng.

Mùa thu ơi, những cơn gió thoảng nhẹ,
Lá vàng rơi rụng trên đường St. Olav,
Cảnh sắc như tranh vẽ vàng son…rực rỡ.
Khiến trái tim ai cũng mong mỏi điều chi?.

Mùa đông ơi, tuyết phủ trắng phố phường,
Ấm áp trong nhà, ngọn nến cháy hết mình,
Đêm xuống mênh mông, cốc rượu thêm sóng sánh,

Chủ khách chúc tụng, gió ngoài cửa sổ tâm tình.

Four seasons in Oslo

Spring time, the flower petals bloom in clusters,
On the sidewalks, lawns, gardens everywhere,
Golden sun lights lightly wrap over parks, houses...
Sparkling gold..., chirping birds, refreshing Spring.

Summer time, days of bright sunshine,
The lake surface sparkles a cool blue,
Crowded streets, the sound of music tells life's intrigues...
Many a body merge with the sun light.

Autumn time, of winds blowing gently,
Of yellow leaves falling on St. Olav street,
Is the scene like a painting of gilded gold...glittering.
That fills hearts with some kind of yearning?

Winter time, with snow covering the streets white,
Inside is warm, with candles burning hurriedly,
Nights fall boundlessly, a glass of wine sloshes still more,

Host and guests saluting, winds outside the window listening.

Vườn tượng Vigenland ở Oslo

Vigenland, vườn tượng chứa chan nghệ thuật,

Từng đường nét, góc cạnh… mở cánh cửa vào thiện, mỹ,

Những hình tượng uy nghi kể biết bao chuyện nhân sinh,

Hướng chân ta bước đến cuộc sống muôn màu.

Thủa xưa những cố nhân đã ngang tàng phiêu lãng,

Gió thổi lời xót thương cho thân phận buồn trong lịch sử,

Vigenland giờ đây đã khơi dậy nhiều niềm cảm thông,

Hòa tâm hồn đồng điệu du khách đang tản bộ chiều Đông.

Vườn tượng- nơi nghệ thuật lung linh có tiếng thác Kjosfossen,

Có màu khói làng Fiam, dáng con đường Lysefjord huyền thoại,

Có tia cực quang đảo Sakrineelva và hình những tay chèo ở Lofote…

Nào ta hãy thưởng thức nghệ thuật cùng nghệ sĩ Vigenland bất tử.

Vigenland Sculpture Garden in Oslo

Vigenland, a garden full of art,

Each archaic, angles... opens door to decency, beauty,

The majestic sculptures recall so many humanistic stories,

Pointing us to colorful lives.

Long ago the long-gone people had wandered proudly,

The wind blows kind words toward the unhappy fates in history,

Vigenland has now resurrected feelings of sympathy,

Blended into the empathetic soul of tourists promenading in the wintry evening.

Garden of sculptures - where art sparkles with the sound of the Kjosfossen waterfall,

With the Fiam village smoky color, the archaic of Lysefjord's legendary roads,

With the aurora borealis of Saktineelva island and the images of Lofote oarsmen...

Let's savour the timeless art and artists of Vigenland.

Mùa Đông ở thành phố Tromsø

Tromsø khoác áo mùa Đông cực Bắc Na Uy,
Quàng "khăn cực quang"- dải lụa ảo sáng ngời,
Sương mù phủ kín nơi ngoại ô bình lặng,
Giữa tuyết rơi, âu yếm mấy cặp tình nhân.

Winter time in Tromsø

Tromsø dons the winter of northernmost Norway,

Scarf of "Aurora Borealis" - a virtual ribbon radiating rays,

Fog covers completely the suburban calment,

In the middle of snow, there are couples cuddling in endearment.

Con sông ở Dramenn

Sông Drammen dịu dàng như nét vẽ trên tranh,
Tàu vội đi, khách qua cầu thong thả,
Từng đợt sóng nhỏ, rì rầm tâm sự với bờ,
Làn nước xanh, thanh thoát tựa nàng thơ.

The river of Dramenn

Dramenn river, tender like paint strokes in a painting,

Boats hurrying, on the bridge visitors leisurely crossing,

Small waves, one by one confide with the bend murmuring

The blue water, serene like Lady Poetry.

Thăm thành phố Krestiansand

Tôi đến Krestiansand, như lạc vào chốn biển trời hòa hợp,
Chiều dần cúi xuống thả hoàng hôn khắp biển,
Nghe biển reo vui, lòng du khách cũng mênh mông,
Krestiansand ơi, từ hôm nay đã thân thuộc với tôi.

Visiting Krestiansand city

I arrived in Krestiansand, it's like losing myself in a mixture of sea and sky,

The evening slowly reached down spreading twilight all over the sea,

Listening to the cheering sea, tourists' hearts also grew immensely,

Krestiansand dear, from this day forward is already my affinity.

Dạo quanh thành phố Moss

Dạo bước trong thành phố Moss thật bình yên
Hè mới về, chim cu gù ríu rít, cây cối thật xanh tươi,
Từng con phố, từng ngôi nhà, khóm hoa bên cửa sổ…
Đều nhuộm nắng hồng cùng tiếng nhạc Griek.

Promenade around the city of Moss

Walking in Moss city was really peaceful,

Summer just arrived, the cuckoos cooed, the vegetation fresh green,

Each block, each house, clumps of flowers by the windows…

All colored pink with the sun rays and Griek melodies.

Câu cá ở cửa biển Dramenn

Cửa biển nhìn ra đại dương thật mênh mông,

Sóng dập dìu, nắng chưa dịu, gió hát; mây trắng, hồng...

Nào thả câu chỗ đàn hải âu vừa bổ nhào tìm cá,

Nướng cá lên, ta hưởng mọi hương vị của biển, đời.

Fishing at the Dramenn estuary

The estuary looking out to the ocean is really grand,

Waves flitting about, sun rays not yet diminished, winds singing; white clouds, pinkish...

Let's drop a fishing line where the seagulls just dived for fish,

Grill the fishes, we enjoyed all flavors of the sea, the life.

Nữ sinh viên Đại học UiO

Nữ sinh viên đến trường UiO buổi sớm,
Em đi nhanh, mang ba lô nặng sách, máy ảnh...
Gió thổi từ vịnh Oslo lùa tóc em bay,
Trên má em có tia nắng vàng say.

Co-ed of the University of UiO

The co-eds go to classes in the early morning,
Fast you go, backpack you carry, heavy with books, camera...
The wind blowing from Oslo bay rustles your flying hair.
On your cheeks there are flying golden sun beams.

Thấy có gì thân thuộc ở Ireland

Những đám mây nhiều màu quẩn quanh cánh đồng kiều mạch
những cánh chim như đã bay một vòng trái đất
về đậu trên lâu đài Kilkenny
cất cao giọng hót
bầu trời thăm thẳm xanh

Thấy có gì thân thuộc ở Ireland
cỏ ba lá và tình người hồn hậu
Riverdance cùng Dublin hòa tấu
vang lời ca xứ sở an lành

Thấy có gì thân thuộc ở Ireland
cuốn sách Kells khắp nơi nơi tìm đọc
vạn nét chữ bay lên cùng thư pháp
các sử gia soi bóng của mình

Thấy có gì thân thuộc ở Ireland
tiếng đàn Harp suốt ngàn năm vẫn thức
như sông Liffey chảy suốt thời trận mạc
giờ ru êm những vũ điệu thanh bình

Và mỗi lần trở lại Dublin
tôi đã gặp những gì thân thuộc lắm
như thể em và bài ca cuộc sống
vẫn cùng tôi đi khắp bốn phương trời.

SOMETHING ENDEARING IN IRELAND

Colorful clouds circle around beautiful wheat fields
Birds, their wings possibly flapped through trips around the world
Then rested on top of Kilkenny castle
Raising their voices in falsetto High up the deep blue sky

There seemed to be something endearing in Ireland
The shamrock, and the good-natured inhabitants
The Dublin orchestra and the Riverdance
Singing the songs of a peaceful land

There seems to be something endearing in Ireland
Kells novels were popular everywhere
Thousands of words rose up in calligraphic flair
A mirror that reflected the works of many historians

There seemed to be something endearing in Ireland
Since thousands of years still resounds the harp music
Like the river Liffey that rumbled through times of conflict
Nowadays it flows soothingly, like a peaceful dance,

And everytime I came back to Dublin
I always found something endearing
Like a song of life, and you, my darling
Still accompanied me all over the lands.

NỖI NHỚ KỴ SĨ PHƯƠNG XA

Nỗi buồn nhớ xa quê như hơi thở cay cay, như gió giật áo choàng, như sương chiều muộn,

Phía hoàng hôn ánh xạ màu tím đậm của dáng hình kỵ sĩ mong mỏi vượt vạn dặm đường,

Khoảng lặng bên trời ấy chất chứa một màu mây lau trắng dựng trường thành cuồn cuộn,

Sương rơi nhẹ vẫn vỡ toang màn nước biếc của hồ thu soi bóng đôi mắt em đầy ám ảnh,

Uống trà thơm, uống ánh mắt xanh, uống tiếng thổn thức, uống cạn cả đêm trường,

Hãy nâng niu đêm không ngủ huyền vi, mỏng tang, mơ màng, dịu dàng, đỏng đảnh,

Để thương em và những mùa Thu chở nặng tình sâu trong cõi mộng với đời thường.

Yearning for a rider far away

Nostalgia is like a tear-choking breath, like a coat-jerking wind, like a late evening fog,

At dusk, the dark purple shilouette of a rider wanting to journey thousands of miles,

That tranquil horizon harbored clouds the color of white reed building a cascade of castle walls,

Gently falling dew kept shattering the water blue surface of the Autumn lake reflecting your haunting eyes,

Drink the fragrant tea, drink the shady blue eyes, drink the whole night away,

Let's caress the mistical sleepless night, thin fragile, dreamy, sweet, fickle,

To love you and the Autumns that were heavy with deep affection inside a trance with common life.

ÔM

Ôm cơn giông tim tôi ẩm ướt,
Ôm mùa xuân ngực bỗng khát tự do,
Ôm mùa thu nghe hồn thơ man mác,
Ôm em về cây nở lộc trong lòng,
Và khắp anh ngào ngạt hương... hương.

Hugging
Hugging the thunderstorm, my heart gets wet,
Hugging the Spring, thirst for freedom suddenly grows in my chest,
Hugging Autumn, feel the poetic soul within,
Hugging you, feel the trees bloom again inside,
And all around me the fragrance spreads... fragrance.

CÚC CU

Sải cánh trải dài suốt thời xa vắng,
Những con cu gáy về đậu trong tâm tưởng của ta,
Trổ âm thanh lên khu vườn đầy nắng,
Giữa muôn tán cây xanh,
Những chiếc lá biến thành tai nghe nhạc.

Cúc cu
Cúc cu
Tiếng cúc cu chầm chậm,
Nhưng thấm tới vô biên,
Ngẫu hứng cùng tiếng chim!
Ai đang ầu ơ một điệu lý tình tang?
Ai uống luôn tiếng chim trong bát nước chè xanh?

Cúc cu
Cúc cu
Bồng bềnh mang yên ấm,
Cô gái trẻ cầm tay bạn trai,
cầm luôn cả tiếng cúc cu,
Tâm hồn người bỗng trầm theo nhịp cúc cu,

Cúc cu
Cúc cu
Ta trở vào nhà ngực mang đầy tiếng cúc cu...
Vỗ vào tim thành tiếng hát nao lòng,

Chim cứ hót,
Cúc cu
Cúc cu
Mai này
Dù vườn chỉ còn cổ thụ chứa toàn chuyện cổ tích như mơ,
Ta sẽ ngồi nghe tiếng nhặt khoan đàn chim mới lớn,
Để thu hết thanh điệu yên bình hiếm hoi, xanh mơn mởn,
Cùng âm hưởng cúc cu làm hành trang đi hết cuộc đời.
Hôm nay tiếng chim âm ỉ, xoáy dư âm thành nỗi cồn cào,
Đêm trăng vằng vặc,
Có người mài gươm,
Đề phòng cướp, giặc,
Mưu trộm, bắt tiếng hót cu cườm.

Cuckoo
Their wingspan stretched through time,
The spotted doves perched on my mind
Bursting into sounds in the garden full of sunshine
Among the canopies
Leaves turned into the headphones.
Cuckoo
Cuckoo
That "cuckoo" sounded slowly,
But soaked endlessly
Feeling with the bird song!
Who was humming a "tình- tính- tang" melody

Who drank the bird song in a cup of green tea?

Cuckoo
Cuckoo
Drifting with peace,
A young girl holding her boyfriend's hand,
Also holding the cooing sound,
The soul went up and down follows the cuckoo beat,
Cuckoo
Cuckoo
I came back home with the chest full of cooing sounds...
The sound of tapping chest turned into a heartwarming melody,

Birds kept singing,
Cuckoo
Cuckoo
One day

Even if there is only the century-old tree left in the garden, which holds fairy tales as those in dreams,
I will sit and listen to the sound of new birds faded in and out,
In order to capture all the rare, youthful and peaceful tones,
To harmonize with cooing to be your travel bag to go through life.
Today the hum of birds, swirling echoes into gnawing sounds,
Moonlight shined brightly,

There were some people who sharpened the sword,
To prevent robbery and aggression,
Conspiracy, catch the cuckoo song

Làng quê Nhật yên ả

Những ngôi nhà xinh,
In bóng trên đồng xanh mướt,
Làng quê Nhật thiu thiu...
Ngoại ô Kyoto chiều,
Ryokan kín khách trọ,
Trong vườn chim kêu.
Suối chảy trong thôn,
Nước trong veo, trăng lấp loáng,
Khoác Yukata ra vườn.
The Japanese village is quiet.

Beautiful houses,
Silhouetted on the green field,
The Japanese countryside is sleepy...
Kyoto suburbs in the afternoon,
Ryokan is full of guests,
In the garden, birds chirp.
The stream flows through the village,
The water is clear, the moon is sparkling,
Let's wear Yukata go to the garden.

Osaka

Osaka thu vàng,
Chẳng thấy T. Hidayushi trên thành nữa,
Chỉ còn gió lang thang.

OSAKA
Golden autumn in Osaka,
T. Hidayushi is no longer seen on the rampart,
Only the wind wanders.

Mây và sương

Mây thở gấp
những giọt sương,
tan trong sớm Hạ.

Clouds and dew
Clouds breathe rapidly
dew drops,
melted in early summer.

Thăm khu vườn ở Kyoto

Thành Kyoto chiều buông,
Trong vườn chim khách gọi tha thiết,
Tôi rảo bước vào thăm.

Visit a garden in Kyoto
Kyoto in the afternoon,
In the small garden, the birds call earnestly,
I walked into the garden.

Tokyo Skytree

Tháp truyền hình 634 m
Trời Tokyo mây quấn quýt mây,
Mây trắng ôm đỉnh tháp.

Tokyo Skytree
TV tower 634 m,
Tokyo's sky is covered with clouds flirt with each other,
White clouds hug the top of the tower.

Đêm Tokyo

Đêm Tokyo hoa cúc thức,
Phố rực ánh đèn, le lói trăng khuya,
Hàng quán người đông đúc.

Tokyo night
Tokyo night chrysanthemum awake,
The street is brightly lit, glimmering with the late moon,
Stores, restaurants are crowded with people.

Đám cưới kiều bào Tokyo

Gần hoàng cung nắng vàng,
Có đám cưới vợ chồng người Việt,
Cây ngân hạnh ngỡ ngàng.

Tokyo expatriate wedding
Near the Royal palace full of golden sunshine,
There was a Vietnamese wedding,
Ginkgo Trees passionately look at the happy couple

Chuông và núi

Đền Kusushi
Ai rung chuông vọng vào Phú Sĩ?
Chuông cổ, núi xuân thì...

Bell and mountain
Kusushi shrine
Who rings the bell for Fuji?
Ancient bells, young mountain ...

Cuối Thu

Narita thu đi,
Cung đường cong, cây cầu lại thẳng,
Lòng ngổn ngang- tôi buồn.

End of Autumn

Autumn in Narita gradually passes,
The road is curved, the bridge is straight,
My heart is fluttering - I'm sad.

Nông thôn Nhật

Mùa gặt xong,
Nông thôn nước Nhật ngơi nghỉ
Tiếng ve rong chơi.

Cánh đồng xứ Phù Tang
Hương thơm còn đâu đó
Chú dế nhảy vội vàng.

Sông Shimanto reo …
Dân chài cần mẫn đánh cá,
Khách đi bộ dọc sông.

Japanese countryside
The harvest is over,
Rural Japan rests
The sound of cicadas playing.

The fields of Japan
The fragrance is still there somewhere

The cricket jumped quickly.

The Shimanto River sings…
Fishermen diligently fish,
Guests walk along the river.

Cố đô Nara

Đèn đường bật sáng
Nara huyền ảo về đêm
Tháng 4 còn chút tuyết.

Nai dạo chơi Deer Park,
Hoa anh đào nở rộ,
Nara mộng mơ.

Đền chùa không ngủ,
Kể chuyện xa xưa…
Nara trầm mặc.

Ancient capital Nara
The street lights turn on
Nara is magical at night
April still has some snow.

Deers roam in Deer Park,
Cherry blossoms bloom,

Nara dreams.

Temples do not sleep,
Telling stories from the past…
Nara was thoughtful.

Thăm chùa Sensoji, Tokyo

Chùa Sensoji, nguy nga tỏa khói hương,

Qua cổng Sấm- Kaminarimon; ai ra, vào bể khổ,

Phật Quan âm từ bi đón khách muôn phương,

Chuông chiều muộn, có người vừa giác ngộ?

Visit Sensoji Temple, Tokyo

Sensoji Temple, magnificent with incense smoke,

Through the Thunder Gate: Who goes out and enters the Worldly suffering,

Bodhisattva Avalokiteśvara compassionately welcomes guests from all directions,

Late afternoon bell, has someone just become enlightened?

Đền Nezu

Đền Nezu xuất hiện năm 1705,
Giữ truyền thống Thần đạo cùng văn hóa Đại Hòa,
Hoa đỗ quyên khoe sắc cùng ngàn cổng Torii rực rỡ
Lòng người tìm về nơi thanh tịnh tâm hồn.

Nezu Temple

Nezu Temple appeared in 1705,
Maintaining Shinto traditions and Yamato culture,
Azalea flowers blooming along with thousands of brilliant Torii gates
Hearts seek a place of pure soul.

Vườn quốc gia Kokyo

Vườn Kokyo Gaien, thông reo khắp công viên.
Lối đi dạo, lá vàng bay ngả nghiêng.
Trong vườn hoa, hương thơm lan tỏa,.
Bước chân qua đây, lòng người thuận hạo nhiên.

Kokyo Gaien National Garden

Kokyo Gaien Garden, pine trees ring throughout the park.
The promenade, yellow leaves flying and tilting.
In the flower garden, the fragrance spreads.
Stepping through here, people follow a straight life.

Núi Mitake

Núi Mitake đây rồi, vẻ đẹp hùng vĩ, u hoài.

Hành hương xuyên những làng nhỏ nối liền núi và mây,

Ai lên núi cùng ta, tới đền Musashi học Đạo,

Trái tim thăng hoa, ngắm khói bếp chiều thơm.

Mount Mitake

Here is Mount Mitake, majestic with melancholic beauty.

Pilgrimage through small villages connecting mountains and clouds,

Who goes up the mountain with me, to Musashi Temple to study the Way,

The heart sublimates, watching the fragrant afternoon kitchen smoke.

Núi Phú Sĩ

Núi Phú Sĩ thiêng liêng, rừng cây xanh, vàng, đỏ sắc tươi...

Núi vĩnh cửu, con người khát khao sáng tạo suốt đời,

Chụp ảnh, làm thơ, ngắm đỉnh mờ sương khói?

Ta mang Thu đi hay cứ để Thu nhuộm đất trời?

Mount Fuji

Sacred Mount Fuji: green, yellow, and red forests...fresh as life,

Eternal mountain, people with a lifelong desire to create,

Taking photos, writing poetry, admiring misty peaks?

Do we take Autumn away or just let it dye the sky and earth?

HAIKU MÙA XUÂN

Cánh chim đơn chiếc
Bay vỡ ánh chiều tà
Hồ xuân sương biêng biếc.

Chim bay về cuối trời
Ai đứng trên bờ sông
Lũ xuân cuồn cuộn chảy.

Bong bóng trên mặt hồ
Vỡ tan vào nước xanh
Xuân núi tím lô nhô.

HAIKU IN SPRING

A sole wing
Flies breaking the dawn
Spring lake with greenish fog

Birds fly towards horizon
Someone stands on the river bank

Spring floods flow.

Bubbles on the lake surface
Broken into greenish water
Spring purple mountain heaving.

About the Author

Le Thanh Binh

Lê Thanh Bình is an Associate Professor, Ph.D, and an expert in Communication and Cultural Diplomacy. He previously served as Counselor, Embassy of Vietnam in Norway, Director General, as well as the Head of the Faculty of International Communication and Cultural at the Diplomatic Academy of Vietnam. Currently, he actively participates in the leadership of the Vietnam - Denmark Friendship Association, the Vietnam - Japan Friendship Association, and the Traditional Vietnamese Martial Arts Federation. His bilingual poetry collections include Harmony, Poetic Harmony, I Love This World, Climbing High to Play the Flute, Small Rainbow, Haiku and Free Verse Poetry, Three Clouds and a Mountain, and Green Birds Singing in the Blue Sky (scheduled for publication in 2024). Besides being an educator and a scientist with a sensitive poetic soul, he is also a dedicated diplomat, especially in the realm of cultural diplomacy.

Lê Thanh Bình was born in 1955 into a Vietnamese military – learned family. His family descends from the Lê Cảnh lineage, which shares the same ancestors as the Lê Mậu, Lê Bá, and Lê Văn lineages. The Lê family originates from Cẩm Duệ, Cẩm Xuyên, Hà Tĩnh, Việt Nam.

www.ingramcontent.com/pod-product-compliance
Lightning Source LLC
LaVergne TN
LVHW041840070526
838199LV00045BA/1373